Eklipse

Ma. Mica Jose

Ukiyoto Publishing

All global publishing rights are held by

Ukiyoto Publishing

Published in 2024

Content Copyright © Ma. Mica Jose
ISBN 9789361725548
All rights reserved.
No part of this publication may be reproduced,
transmitted, or stored in a retrieval system, in any form
by any means, electronic, mechanical, photocopying,
recording or otherwise, without the prior permission of
the publisher.

The moral rights of the authors have been asserted.

This is a work of fiction. Names, characters, businesses, places, events, locales, and incidents are either the products of the author's imagination or used in a fictitious manner. Any resemblance to actual persons, living or dead, or actual events is purely coincidental.

This book is sold subject to the condition that it shall not by way of trade or otherwise, be lent, resold, hired out or otherwise circulated, without the publisher's prior consent, in any form of binding or cover other than that in which it is published.

www.ukiyoto.com

Contents

PANIMULA	1
KABANATA I	4
KABANATA II	11
KABANATA III	16
KABANATA IV	22
KABANATA V	28
KABANATA VI	35
KABANATA VII	40
KABANATA VIII	46
About the Author	49

PANIMULA

Hawak ang isang tasa ng mainit at masarap na kape isang umaga, tumambay muna akong mag-isa at pinagmasdan ang napakandang tanawin ng luntiang kulay ng bukirin. Sinasamyo ang malamig at sariwang hangin na kasing sariwa ng kagabi'y naging panaginip.

"Madam!" napalingon ako ng marinig ko ang sigaw na ito mula sa entrance ng convention kung saan ako naroon isang gabi. Kasunod nito ay nakita kong papalapit ang isang hindi lang pamilyar kundi kilalang kilalang lalaki: si Vin! Talagang napaka confident tumawag sa'kin ng Madam nito kahit maraming tao. Nagmamadali ito at malayo pa'y nakangiti na. Pero teka, ako nga ba yung tinatawag? Lumingon muna ako sa bandang likuran at paligid ko upang makasiguro. At nang wala namang ibang taong nakatingin sa kanya roon ay napagtanto ko na ako nga. Best friends o close friends kami ni Vin. Ngunit halos isang taon na kaming nawalan ng communication. Isang taon na mula nang magpaalam s'yang hindi na s'ya magpaparamdam dahil sa kung anong dahilan. At sa tingin ko ay lampas isang taon na rin mula nang huli kaming magkita.

"Oh? Andito ka rin pala?" nakangiting bati ko nalang din sa kanya. Ngunit imbes na sumagot ay bigla s'yang yumakap na para bang isa akong long lost friend na sobra n'yang namiss. Gulat na gulat ako sa ginawa n'ya dahil expected ko hindi na kami magpapansinan ulit. Lalo na at hindi naman na kami nagkakachat. Ngunit niyakap ko nalang din s'ya at bahagyang tinapik sa balikat.

"Pinagtitinginan tayo oh mamaya akala nila mag-syota tayo n'yan."

Mahinang saway ko sa kanya saka pa lamang kumalas mula sa pagkakayakap. At saktong pagtingin ko sa paligid, nakita ko agad si Ate Sha na nakangiti. Patay na mapagkakamalan na naman talaga kami nito. Ilang oras ang lumipas, kaming dalawa yung magkasama sa event dahil hindi na s'ya umalis sa tabi ko. Si Ate Sha naman ay hindi na din lumapit sa'min dahil siguro ay hinayaan n'ya nalang kami ni Vin ang magkasama buong party. Nag uusap lang kami tungkol sa mga buhay buhay namin lately. Walang katapusang kwento na madalas nakikinig lang ako. At habang magkatabi kaming dalawa, madalas ay nakasandal s'ya sa'kin at may pagkakataon na yayakap ang isang kamay sa bewang ko na agad ko namang inaalis. Mahirap na at baka makita kami ng mga kamag anak n'ya sa ganoong sitwasyon. Dahil sigurado, mapagbubuntunan na naman kami ng tukso. Hindi ko talaga akalain na hanggang ngayon ay magiging clingy pa rin s'ya sa'kin.

"Saan pala tayo bukas Madam?"

Tanong n'ya na hindi ako nakasagot kaagad. Mabuti na lamang at lumapit na rin sa kinaroroonan namin yung mga makukulit at buraot n'yang pinsan at nakipag kwentuhan sa kanya. At nang makahanap ako ng pagkakataon na wala ni isa sa kanila ang makakapansin ay umalis na 'ko kaagad ng walang paalam. Sa totoo lang parang ayaw ko nang gumala ulit kasama s'ya. Ayaw ko nang mapalapit ulit kami ng sobra sa isa't isa gaya noon. Bahala na kung maghanap s'ya sa'kin ngayon, magtampo o kung ano basta uuwi na ako. Mahirap din naman para sa'kin at medyo mabigat sa dibdib ngunit gusto ko na rin talagang umiwas. Ganoong mga bagay ang nasa isip ko ng mga oras na iyon nang bigla akong magising sa tunog ng alarm clock. Alas-kwatro na pala ng umaga at pawang panaginip lang ang lahat. Akala ko tuloy ay totoong nagkita na nga kami ulit ni Vin. Hays buti nalang. Agad akong bumangon sa pagkakahiga at nag umpisang gumayak para sa pagsamba dahil araw pala iyon ng Lingo.

KABANATA I

"Vin, si Mariya nga pala walang boyfriend 'to."

Pagpapakilala ni Kuya Mike sa'kin sa isang lalaking kakwentuhan n'ya habang kinukuha ko yung mga screen malapit sa kinaroroonan nila. Pasara na kami ng tindahan noon kung saan ako nagtatrabaho bilang kahera. At dahil curious ako, bahagya kong sinulyapan yung lalaking tinutukoy ni Kuya Mike. Nakita ko na s'ya, isa s'ya sa dalawang lalaking pumunta sa tindahan noong nakaraang araw na nakakwentuhan ni Ate Sha. Na ang alam ko e nagbakasyon lang para umattend sa nalalapit na kasalan.

"Uy oo nga pala oh! Sakto wala ring girlfriend 'to si Vin! Ilang taon na ba 'yan?" Tukoy sa'kin nung isang lalaki na mala kapre at long hair na medyo nakakapikon yung awra. Sorry na po agad sa panlalait haha.

"21 na 'to graduating." nakangiting sagot ni Ate Sha na lumabas mula sa counter. Naku po ibebenta na ata ako ah, bulong ko sa sarili ko.

"Oh eto din naman graduating na. Pwede na 'yan!" dagdag pa ulit nung lalaking long hair na Patrick pala ang pangalan.

"May sundo ka na ba Mariya? Hatid ka nalang ni Vin." Wika ulit ni Kuya Mike na nginitian ko lang bilang sagot.

"Vin hatid mo nga." pabirong utos naman ni Kuya Mike na sinundan pa ng iba. Hindi na 'ko mapakali noon. Hiyang hiya na ako na parang gusto ko nalang mag walk out at magtago. Buti na lang at nag aya na din yung ibang kasama nila na pumunta muna ng plasa para gumala. Saka pa lamang ako nakahinga ng maluwag.

"Nako parang magkaka love life na si Mariya ah"

Biro naman ulit sa'kin ni Ate Sha bago kami magpaalam umuwi ng dalawang kasama ko sa tindahan na tumutulong din mang-asar kanina. Ilang araw ang lumipas mula ng tagpong iyon at doon na tumuloy yung Vin kila Kuya Mike. Kaya madalas na din s'yang pumunta sa tindahan para bumili. Minsan naman ay kasama n'ya si Kuya Patrick na makita ko palang ay grabe na yung nararamdaman kong kaba.

"Vin may mga ganyan din kaganda sa school n'yo?"

Tukoy ni Kuya Patrick sa'kin habang kumakain sila ng ice cream sa tindahan isang tanghali. Natawa naman ako sa tanong n'ya at ganun din ang naging reaksyon ni Vin.

"Oh? Ba't natawa ka? Di ka makasagot ibig sabihin oo?" pangungulit pa ni Kuya Pat.

"Wala namang babae doon haha. Puro kami lalaki." Oo nga naman. Marine yata ang kinukuha n'yang kurso kaya wala talagang babae. Naalala ko pa isang hapon nang magbiro ulit sila kuya Mike na ihatid ako. Matapos naming magsara ay nawala din yung Vin. Ngunit paglabas ko, kasunod ko na s'ya kasama yung papa nila Kuya Mike. Nakaakbay ito kay Vin at tinanong ako kung magpapa hatid na ba ako. Ako naman, todo tanggi dahil hindi naman kami close at nakakahiya. Buti nalang at dumating din agad si papa ilang minuto lang ang lumipas. Ngunit pagdating sa bahay napaisip din ako ng kaunti. Bakit kaya sumunod din yung Vin na 'yun sa labas? Tatambay lang kaya s'ya o talagang susunod s'ya na ihatid ako?

Sumapit ang araw ng mismong kasal ng kapatid nila Kuya Mike at umalis na yung ibang mga kasama sa venue. Umaga palang ay nauna ng umalis yung Vin kasama ng iba pa nilang pinsan. At doon pa talaga s'ya dumaan sa tindahan palabas ng araw na iyon.

"Te oh hindi man lang nagpaalam sa'kin" reklamo ko kay Ate Jing dahilan para magtawanan sila ni Ate Vina.

Nakikisabay din kasi ako ng biruan sa kanila kapag kami kami lang. Lalo na ngayon at ilang araw na rin nila akong pinagtutulungang asarin sa Vin na 'yon. Bandang hapon naman ng sumunod doon sila Ate Sha na hanggang sa pag alis ay kinakantyawan ako na sumama na daw at sumabay na sa kasal. Kami namang mga naiwan sa tindahan, walang ginawa araw araw kundi magtawanan dahil sa kung anong mga trip. Iba kasi kapag kami kami lang. Lumalabas yung crazy side ko na hindi alam ng iba. At ngayon, madalas yung Vin na yun ang topic dahil palagi nila akong pinagtutulungan.

"Ano kaya kung sumunod ka dun Mic?"

Pang aasar sakin nung dalawa. Ilang araw na kasing naroon sila sa venue ng kasalan at hindi pa bumabalik.

"Dapat nga pala sumunod ako doon ng nakagown din haha" Dugtong ko naman sa biro nila dahilan para magtawanan pa sila ng husto.

Ilang araw ang lumipas matapos ang kasalan at balik na ulit sa dati. Yung Vin naman ay bumalik na din sa bahay nila Kuya Mike at pauwi na din ng Manila ilang araw nalang ang nalalabi. Ilang araw pa rin ang titiisin ko sa pangangantiyaw ng mga kamag anak n'ya pati na rin ng mga kasama ko sa tindahan. Hanggang isang tanghali na sobrang init ng panahon, pumunta yung Mama ni Kuya Mike na si Ante Lena sa tindahan at dumiretso sa kusina. Naroon kasi si Ate Sha at maya maya pa ay magkakwentuhan na sila sa loob. Kasunod naman nito si Vin na noon ay susunod din sana sa loob. Ngunit nang makita n'yang magkausap pa yung dalawa, lumabas muna s'ya at tumambay malapit sa counter. Nagpapadrive pala si Ante Lena sa kanya at may pupuntahan. Oh diba alam ko? haha narinig ko lang naman. Hindi pa rin kami nag-uusap at nagpapansinan noon kahit na magkatabi na kami halos. Ngunit maya maya pa, kahit medyo naiilang at medyo hindi ako komportable, I approached Him para mawala yung awkwardness sa pagitan namin. Sila Ate Vina at Ate Jing naman ay sinadyang lumabas para doon tumambay at nag-iwan ng nang-aasar na tingin at ngiti.

"Maupo ka muna. May upuan d'yan"

Sabay turo ko sa kanya sa bakanteng upuan at sumunod naman s'ya. Ngunit nagtaka 'ko nung binuhat n'ya yung upuan at dinala malapit sa'kin saka doon naupo. As in malapit lang sa counter kaya parang magpapalpitate na naman po ako sa kaba haha. Hay nako ewan ko ba. Maya maya pa ay napansin ko na parang hindi rin s'ya komportable dahil siguro ay mainit. Sobrang init kasi talaga sa loob ng tindahan dahil mababa lang yung bubong at medyo kulob pa.

"May electric fan pala d'yan, on mo nalang." turo ko sa solar fan na nasa tabi n'ya. At yung fan ko naman sa counter e pinaikot ko para mahagip din s'ya kahit papaano.

"Sige lang, paalis na din ata kami." sagot n'ya naman sa'kin.

"Matagal pa yun" nakangiting biro ko sa kanya dahil talagang alam kong matagal pa yung kwentuhan nila Ate sa loob. At dahil hindi s'ya tuminag, lumabas ako sa counter at inayos yung solar fan para iharap sa kanya. Ewan ko ba sa kinilos kong yun at napaka gentleman ko naman haha. Pero baka nahiya lang ako sa bisita namin. Pipigilan n'ya pa sana 'ko pero nagawa ko na. Pagkatapos ay bumalik na din ako sa upuan ko sa counter at nagbasa ng aklat. Pagkaupo ko naman, inayos n'ya din yung fan ko at iniharap lang sa'kin. Lihim akong napangiti noon sa isiping gentleman din pala s'ya. Lumipas ang ilang minuto at lumabas na sila Ante Lena at Ate Sha mula sa kusina. Bakas sa mga mukha nila ang bahagyang pagkagulat at pilyang mga ngiti nang makitang naroon si Vin na nakaupo malapit sa'kin. Umalis na sila noon na hindi na din nagpaalam si Vin.

"Kanina pa 'yun d'yan be?" tanong ni Ate Sha.

"Opo 'te" nakangiti na medyo nahihiya kong sagot.

"Aba, nagkukwentuhan din kayo? " tanong n'ya ulit.

"Hindi te nakaupo lang man s'ya d'yan" sagot ko naman ulit kay Ate Sha na noon ay hindi pa rin maalis ang ngiti na parang nanunukso. Hindi naman talaga kami nag-usap masyado dahil nagkakahiyaan siguro lalo na at may ginagawang pagrereto sa'min.

KABANATA II

"Oo nga pala Vin kelan ka uuwi?" tanong ni Ate Jing kay Vin na noon ay nakatambay sa labas at nag-iihaw.

"Sa 5 na po" sagot naman nito.

"Malapit na pala, iwan mo na kami dito?"

"Oo nga po e. May mamimiss ako." Pabirong sagot n'ya na medyo natigilan sila Ate Jing at saka biglang tumawa ng malakas. Si Ate Vina naman e bahagyang napatili na tila kinilig. Nasa loob lang ako noon pero rinig ko din yon haha. Marites din po kasi talaga ako simple lang.

"Mariya may mamimiss daw!" tawag sa'kin nung dalawa mula sa labas. Sumilip lang ako sa kanila sabay nguso haha. Asa naman na ako ang mamimiss non. Ni hindi nga kami close ni nagpapansinan tapos mamimiss ako? Ano yon lokohan? Pero what if nga diba? Yieee, charizz ang harot ha. Dahil doon nag umpisa na naman ang kantyawan sa labas. Pero ako nanahimik lang sa loob at tamang nakikitawa lang. Hindi pa keri ng energy ko na makipagsabayan sa trip nila dahil nahihiya ako.

Isang gabi na nasa bahay na ako at nagsi cellphone nang may narinig akong tumatawag mula sa labas para bumili. May maliit na tindahan kasi si Mama sa bahay na libangan n'ya. At kung hindi ako nagkakamali, boses ni Vin yung naririnig ko. Hindi 'ko yun pinansin at hinayaan ko na si mama na ang magpatuloy sa kanya. Marahil ay si Kuya Mike na naman ang may kagagawan nito, sa isip isip ko. Siguradong sila na naman ang nag utos kay Vin na pumunta dito sa bahay. Katabi lang kasi namin yung bukid nila Kuya Mike pati na rin yung bahay nung kasama nila sa bukid. Kaya madalas naroon din sila Kuya at doon tumatambay at nag iinom kapag trip nila. At ngayon, sure ako na si Kuya Mike ang kasama nito at parang naririnig ko nga na may inuman sa kabila. Hindi nga ako nagkamali, pagbaba mula sa kalsada ay si Vin nga. Nagmamadali akong pumasok sa loob ng bahay pagkakita ko sa kanya. Kinabahan na naman po kasi ako bigla lalo na nang maisip ko na baka kasunod n'ya sila Kuya Mike at Kuya Patrick na malalakas mamburaot. Binibiro pa naman nila 'ko kanina sa tindahan na pupunta sila sa bahay para umakyat ng ligaw. Mahirap na at baka pagtripan talaga ako ng magpipinsan. Buti nalang at umalis din kaagad si Vin matapos bumili. Ako naman, hindi na lumabas ng bahay at tuluyan ng humiga para matulog. Ngunit ilang oras na ang lumipas ay hindi pa rin ako dalawin ng antok. Hindi pa rin maalis yung kaba ko na baka pumunta sila Kuya Mike sa bahay kasama yun. Huwag naman sana. At maya maya nga ay narinig kong may mga tao na naman sa labas. Naririnig ko na naman yung boses ni Vin at buti nilang, iba ang kasama nito: pinsan din nila na halos kaedad ko lang. Parehas na silang madaldal noon dahil siguro'y may mga tama na rin ng alak. Bumili pa nga ulit sila at sandaling nakipag kwentuhan kay Mama. Dinig ko pa mula sa loob na naghahanap sila ng Mangga. Pero dahil gabi na at siguro'y hindi na diretso ang paningin e hindi na sila nakakuha.

"Bukas ka nalang bumalik para makita mo yung mga bunga" narinig kong wika ni Mama kay Vin.

"Uwi na po ako bukas ng madaling araw tita e"

"Yun lang, dapat kasi kanina ka pang maaga aga pumunta"

Ay wow close sila ni Mama haha. Natatawa nalang ako sa loob habang nakikinig sa kanila. Maya maya pa'y nagpaalam na din silang umalis.

Kinabukasan ay maaga akong gumayak para pumasok sa trabaho. Inaasahan ko noon na nakaalis na sila dahil madaling araw ang alam kong lakad nila. Pero pagdating ko, saktong nakita ko agad si Vin na naglalagay ng gamit sa compartment ng kotse. OMG!

Andito pa pala sila akala ko ba naman nakaalis na at ligtas na 'ko sa pang-aasar.

"Vin paalis na kayo?" tawag ni Kuya Mike sa kanya.

"Opo kuya." sagot naman nito sabay pasok din sa loob ng tindahan.

"Magpaalam ka na kay Mariya ah" natatawang utos ni Kuya Mike sa kanya. Habang s'ya naman ay nakatayo lang din at tatawa tawa. Hindi ako humaharap sa kanila dahil natatawa din ako noon. Mahirap na baka magkangitian kami parehas.

"Vin tara na?" tawag ng kapatid ni Kuya Mike mula sa labas. Lumabas naman agad si Vin ngunit maya maya pa ay bumalik na akala ko ay may kukunin o nakalimutan lang.

"Alis na 'ko Mariya" mahinang paalam n'ya sa'kin na narinig din pala ni Kuya Mike kaya tumawa ito.

"Sige ingat" Sagot ko sa kanya na nakatalikod pa din. Ayokong humarap dahil nahihiya at natatawa pa din ako sa kalokohang iyon. Hindi ko alam kung narinig n'ya yung sagot ko dahil mabilis din s'yang tumalikod pagkapaalam. Hayss haha, nakakaloka sa totoo lang. Pero sa wakas, tapos na din ang pagiging biktima ko sa pambubully nila. Lumipas ang mga araw at medyo naging tahimik na din yung issue. Ngunit paminsan

minsan napapagtripan pa din ako ng mga tito n'ya. Lalo na si Kuya Patrick na makita ko palang e para na 'kong ma-ccr sa nerbyos. Ewan ko ba kung bakit sobra yung kaba ko kapag yun yung nakikita ko. Nakakatakot naman kasi talaga s'ya itsura palang, charr. Hanggang sa medyo nasanay na din ako sa kanila araw araw. Ang mahalaga wala na dito yung Vin na 'yun na niluluto nila sa'kin.

KABANATA III

"Nag add na sa'yo be?" nakangiting tanong sa'kin ni Ate Sha isang araw. Alam kong si Vin ang tinutukoy nito dahil noon pa nila isina-suggest kay Vin na i add ako sa Facebook.

"Wala man Ate" sagot ko naman kaagad dahil wala naman talaga. Malabo yun lalo at ilang araw na din ang nakalipas mula nang umalis sila. Tsaka ba't naman mag aadd sa'kin yun sa isip isip ko e hindi naman kami naging close.

Hanggang pagkagaling sa trabaho ng araw ding iyon, agad akong nagpahinga sa duyan at nag Facebook muna. Saktong pag open ko, friend request mula kay Vin agad ang bumungad sa'kin. I aaccept ko ba o hindi? Ilang minuto din ata akong nag isip na ang ending ay inaccept ko din naman. Maya maya pa, nakakita ako ng isang post sa newsfeed na nagustuhan ko kaya kaagad ko itong ishinare. At ang naging first heart reactor sa notification, si Vin. Kasunod nito ay notification ulit na sa pagkakataong iyon ay comment na from Ate Sha. As usual pang aasar na nga at naka mention yung dalawang pinsan nilang lalaki.

"Aba may papuso na yung bata n'yo ah haha"

Comment ni Ate Sha na nireact ko naman ng tawa.

"Baka napindot lang 'yan te"

Reply ko naman para makisabay kahit papano.

"Hindi pa daw nag friend request e haha"

Reply ulit ni Ate Sha na hindi ko na nireplyan dahil hindi ko na din alam ang isasagot. Naku po lagot na naman ako bukas pagpasok. Kinakabahan na naman ako iniisip ko palang na aasarin ulit ako haha. At kagaya ng inaasahan, napagdiskitahan nga ulit ako kinabukasan. Ako naman todo katwiran na kaka add friend lang po talaga kagabi haha.

Ilang araw muli ang lumipas, nasa labas ako isang gabi at medyo pagod mula sa trabaho. Kasalukuyan akong nakahiga sa duyan noon nang maagaw ang aking pansin ng napakaliwanag at napakagandang buwan. Natigilan ako sa pagpi facebook at tumitig nalang dito. Napakaganda ng pwesto nito mula sa kinaroroonan ko na tila ba nakasilip sa mga dahon, at para bang bumabati at nakangiti sa akin. Noon pa man ay mahilig na talaga ako sa buwan kaya halos palagi akong namamangha sa ganda nito. Maya maya pa'y naisipan kong kunan ng larawan at i myday sa facebook. Makalipas ang ilang minuto, nagkaroon na agad ito ng mga heart reacts. Hindi lang heart reacts kundi maya maya pa, may notification na sa message na agad ko namang tiningnan kung sino. And surprise! Haha yes po si Vin yung nagreply sa story ko!

"Ang ganda"

Nireact ko lang iyon ng heart dahil wala naman akong maisip na ireply. Ngunit pagkatapos kong magreact, may kasunod na message ulit.

"Para kang buwan"

"Ang ganda"

"Kaso ang layo"

"Ems"

"Hahaha"

Sunod sunod na message na nabasa ko and I was like OMG I can't breathe! Charizz haha. Pero ang totoo kinilig talaga ako. Hindi ko alam kung anong irereply ko. Pero rereplyan ko ba? Nakakahiya naman ata. Pero sige na nga replyan ko nalang at baka sabihin isnabera ako.

"Wag kang ganyan HAHA"

Feeling close agad na reply ko sa kanya. Kainis naman kasi 'tong taong 'to e lakas agad makabanat.

"Naku po"

"Pinag bawalan agad HAHAHA"

"Baka kasi kiligin ako HAHA"

"Charott"

At doon na nag umpisa yung conversation namin. Ganun kami nag umpisang mag-usap kaya siguro naging komportable na din ako kaagad sa kanya. Simula ng gabing iyon, wala ng araw na hindi kami nagpapalitan ng messages. Ang dami naming topics na halos hindi nauubusan. Pinag uusapan namin palagi yung mga nakaraan na kapwa nalang namin pinagtatawanan dahil sa awkwardness. Hanggang sa hindi lang kwentuhan kundi komportable na din kaming asarin ang isa't isa. Naging makapal na din yung mukha ko na mambully at makipagsabayan sa trip n'ya.

"Tagal na sana kitang in-add kaso di ko alam spelling ng pangalan mo haha. Kundi ko pa inistalk yung account ni Ate Sha di ko malalaman"

Kwento n'ya minsan na natuwa naman ako haha. Oh sige na kinilig na nga.

It was April 14, 2022 when we started our conversation. Hanggang sa umabot ng isang buwan at mga sumunod pa. Naging sobrang close kami sa chat na akala mo e talagang close na close din sa personal.

We talk about random things na minsan seryoso, at minsan kalokohan. Minsan naman ay mga planong gala pagbalik n'ya. At madalas, we're both wondering kung ano nga kayang mangyayari pagbalik n'ya. Kung magiging close na rin kaya kami personally o magkakahiyaan pa din. Hindi nagtagal at nalaman din nila Ate Sha at ng mga kasama ko sa tindahan na nagkakachat na kami ni Vin. Na ikinatuwa naman nila.

Ilang buwan nalang ang nalalabi at malapit na 'kong gumraduate ng kolehiyo at ganoon din si Vin. Mauuna lang ata ako ng isa o dalawang buwan. Isang araw, naging busy ako sa school activities. Absent ako sa trabaho pero pumunta 'ko sa tindahan para gumawa ng thesis at magprint sa printer ni Ate Sha. At nang araw ngang iyon e hindi ako nakapag reply sa message n'ya mula umaga hanggang tanghali. Pagdating ko sa tindahan bandang hapon,

"May nagmomonitor na sa'yo be ah"

Nakangiting bungad sa'kin ni Ate Sha pagpasok ko palang dahilan para mapahinto ako at nagtatakang nagtanong.

"Ano po 'te?"

Tanong ko ulit para siguraduhin kung tama ba yung dinig ko. Medyo kinabahan ako at baka stalker na naman gaya nung pulis dati or something na dapat akong kabahan.

"May nagchicheck na sa'yo hinahanap ka, tinatanong kung nasaan ka at hindi ka daw kasi nagrereply."

"Natawa nga ako sa reply ko kanina e haha. Sabi ko bakit? Kayo na ba at kailangan mong alamin?"

Kwento ni Ate na natawa din ako dahil alam ko na kung sino. Lokong 'yun sa isip isip ko, talagang nagchat pa kay Ate. Lalo akong mapapagtripan neto e.

KABANATA IV

Sumapit ang araw ng graduation ko na sobrang napakasaya at espesyal na araw para sa akin. At syempre sa araw na yun magkachat pa din kami ni Vin. S'ya nga ata yung unang pinagsendan ko ng picture ko ng nakatoga. At kung may special someone man na sobrang proud sa'kin aside from my family and friends, s'ya na yun. Dalawang buwan ang lumipas, s'ya naman ang gumraduate. It was month of August kung hindi ako nagkakamali. And ofcourse sobrang proud din ako sa kanya. Sa wakas parehas na kaming graduate. Parehas ng natapos yung hirap at mga reklamo namin sa school activities at kung ano ano pa. Pero syempre mas mahirap na yung haharapin namin after makagraduate dahil reyalidad na ng buhay yung tatahakin namin. Ilang buwan ang dumaan kagaya ng inaasahan, parehas na kaming feeling pressure sa buhay. Yung tipong graduate kayo pero parehas kayong stress sa pag aasikaso ng mga requirements naman sa pag apply. Ilang buwan na din pala kaming magkachat. Halos magsi six months na. At halos araw araw updated kami sa buhay ng isa't isa.

Ngunit hindi nagtagal, dumating yung panahon na medyo nababawasan na yung time namin na magkausap. Lalo na nung nagpaalam s'ya na magiging busy na pagdating nung lola nila na sa kanila tutuloy. Kaya mga buwan ng October, madalang na kaming nagkachat. Hanggang sa naseen n'ya nalang din yung huling reply ko sa kanya. Ako naman, hindi na din ako nag message pagkatapos non. But almost everyday I was checking my phone kung may message na ba s'ya. But unfortunately wala na talaga. So I just accepted the fact na hanggang doon nalang yung friendship at communication namin. Pero sa totoo lang, namimiss ko s'yang kausap at kachismisan. S'ya lang kasi talaga yung kausap ko at kachat ko palagi. At ngayong wala na, bumalik na ulit sa pagiging tahimik yung messenger ko. Nagfocus na 'ko ulit sa mga hobbies ko.

Not until January 1, 2023 ng mahigit hating gabi,

"Happy New Year po" with a smile emoji na reply mula kay Vin sa story ko. Hindi ko alam kung magrereply ako o hindi pagkabasa ko ng message n'ya. Himala ata na nakaalala 'to after almost months, sa isip isip ko.

"Thank you! Happy New Year din sa inyo."

Reply ko nalang din sa kanya pagkatapos ay natulog na 'ko dahil ala-una na iyon ng madaling araw.

"Kumusta boss?"

Message ulit mula sa kanya pagkagising ko kinaumagahan.

"Matangkad na haha chass. Goods naman, ikaw?"

"Aay sana all. Penge naman kahit konti"

"Ito baliw pa rin HAHAHA"

Magkasunod n'yang reply.

"Aay hindi pwede. Ako ang mawawalan haha"

"Halata naman"

At iyon na nga, parang walang nangyari at balik pa din kami sa kulitan.

"Hahaha konti lang naman. Bawi naman sa ganda ih"

"Ayy sorry na bawasan ko na 2023 na ih"

"Slr kagigising ko lang"

Pambobola n'ya na naman na akala n'ya siguro e maniniwala ako. Syempre oo, charr haha.

"Oks lang. Mahalaga nagising ka pa haha"

"Yan gusto ko sa'yo e"

Pagbibiro kong sagot.

"Akala ko nga hindi na e hahaha"

"Totoo naman kasi"

"Tagal mo ding nanahimik"

Reply ko sa chat n'ya na baka sakaling mag open up s'ya kung ba't ang tagal nyang naglaho at hindi nagparamdam.

"Hahaha nabusy e tapos nahiya ako ulit kasi matagal hindi nakakachat"

"Luh meron ka non? Chass haha"

"Minsan lang nagkakaroon haha"

"Magreremove nicknames na sana 'ko e"

Biro ko ulit sa kanya na deep inside seryoso ako haha. Nakakainis lang kasi talaga s'ya sa totoo lang. Anyway may nickname kasi kami sa conversation na s'ya mismo ang naglagay noon. Pinalitan n'ya yung name ko ng "Luna" dahil mahilig daw ako sa buwan at "Sol" naman yung kanya na ang ibig sabihin ay araw.

"Niremove mo na nga yung sakin diba? Haha"

"Hoy wala."

"Ay tinanggal mo lang pala yung Sol"

Oo nga, tinanggal ko nga pala yung word na "Sol" noon at iniwan ko lang yung emoji na araw. Kasi nga baka makita ng mga kasama ko sa tindahan. Minsan kasi naghihiraman kami ng phone tapos biglang magpa pop-up yung chat heads n'ya. Nireact ko nalang ng tawa yung message n'ya at hindi na ako nagreply. Ewan ko din ba at tinamad na 'ko makipagchat. Tsaka baka bigla nalang ulit s'yang hindi magreply kaya mas magandang unahan ko na. Simula noon, hindi na din nagmessage ulit si Vin. Hindi na din ako naghintay dahil syempre ako yung nang seen e haha.

Unang buwan ng 2023, naging busy ako sa pag aasikaso ng lisensya ko. Actually inaasikaso ko na lahat dahil iyon ang goal ko sa taong iyon. Ang kumpletuhin ang requirements at iba pang mga kakailanganin ko sa pag-apply. Awa ng diyos, unti unti ko namang nagagawa. Month of January nang makuha ko yung Honor Graduate Eligibility ko sa Civil Service. Kasunod noon ay nag-umpisa na din akong mag seminar para sa pagkuha ng student permit na inabot hangang February. Hindi nagtagal, nagkaroon ako ng panibagong habit sa tindahan. Natuto akong magbasa ng books na naumpisahan sa nirecommmend ni Ate Sha na basahin ko. Kaya simula noon, bumili din ako ng sarili kong book. At ang kauna-unahan kong naging aklat ay ang Rich Dad Poor Dad ni Robert Kiyosaki. Lalo na at mas naging interesado ako na aralin ang financial literacy. Kaya tuwing hapon at free time namin sa tindahan, may kanya kanya kaming mundo nila Ate Vina at Ate Ai na kapwa ko naimpluwensyahan sa pagbabasa. Madalang na naming mapansin ang cellphone dahil doon. The first and second months of my 2023 were very productive and I really love it. Lalo na at nagiging addicted na din ako sa books at sa tingin ko e nakakapag umpisa na din akong mag grow pa.

KABANATA V

"Mukhang may bisita si Mariya ah"

Narinig kong wika ni Ate Sha mula sa kusina.

"Meron nga 'te, kakaalis lang din po"

Sagot ko naman dahil galing sa tindahan noon si Emie, isa sa mga barkada ko kasama yung anak n'ya. Ngunit mga ilang oras pa ang lumipas habang nagkukwentuhan kami ni Ate Jing, isang motor ang huminto sa labas sakay ang dalawang lalaki. Naroon din sa labas si Kuya Mike noon at pagsilip ko, hindi ako maaaring magkamali sa nakita ko. Nanlaki ang mata na agad akong napatingin kay Ate Jing kasabay ng malakas na kabog ng dibdib. It was Vin! Na noon ay nakita din pala ni Ate Jing. Ito siguro yung sinasabi ni Ate Sha kanina na may bisita ako.

"Umayos ka!"

Mahinang saway sa'kin ni Ate Jing nang mapansin yung itsura ko na nininerbyos. Hindi naman kasi ako kay Vin nagpapanic kundi kila Kuya Patrick at iba pa n'yang pinsan na malalakas magbiro. Agad akong umupo at pinakalma ang sarili. Maya maya pa, bumaba mula sa motor yung dalawa at akmang papasok sa tindahan. Napatingin ako sa kanila at sakto namang nagtama yung tingin namin ni Vin. I have no choice, kundi magpretend na okay ako at hindi kinakabahan. Kaya naman agad akong ngumiti sa kanya at kumaway na parang feeling close. At ganun din ang naging tugon niya. Mga ilang minuto ang lumipas ay umalis na din sila at nagkayayaan na sa bukid. Ngunit bago tuluyang umalis, pumasok muna si Vin sa tindahan at iniwan sa'kin yung helmet na dala n'ya na agad ko ring kinuha.

"Daanan ko nalang mamaya."

"Sige."

Kakaibang ngiti naman ang nakita ko kay Ate Jing at Ate Vina pagtingin ko sa kanila. At alam ko ang mga pilyang ngiting iyon. Hindi pa rin ako makapaniwala na nandito s'ya ngayon. Kahit na sinabi n'ya noon na babalik nga daw s'ya by December. Ngunit matagal ng lampas ang buwan ng December kaya hindi ko inakala na matutuloy pa din pala s'yang bumalik. Buwan na kasi ng March ngayon at matagal na din kaming hindi na nagkakachat. Around 5 pm nang mag open ako ng messenger dahil medyo nabobored ako.

"Hi Ate"

Chat mula kay Vin na akala ko e kung sino na ang nagmessage.

"Hello po"

Natatawa ko namang reply sa kanya. Ano 'to starting over again? haha.

"Anong oras out mo?"

"Nandun pa din Helmet?"

Message n'ya ulit na hindi ko pala nareplyan hanggang sa nakasara at nakauwi na din ako sa bahay.

"Oo. Di mo naman na kinuha."

"Ayos ka ah ginawa mo pa 'kong lady guard haha. Naka out na 'ko."

Reply ko ulit sa kanya na nireact n'ya agad ng tawa.

"Hahaha dito pa si Kuya Mike sa bukid"

"Sorry naman po akala ko bukas pa din kayo dumaan ako dun."

"Andon naman si Ate"

"Papahinga na daw sabi ni Kuya Mike"

"Manghiram nalang muna sa iba"

"Ba't pa SJ na kayo?"

"Kailan pa kayo dito?"

Hindi ko napigilang tanong sa kanya out of curiosity. Charr oo na gusto ko lang talaga makichismis na ang ending e sa akin pala s'ya manghihiram ng helmet. At kanina lang din pala sila dumating.

"Papunta na po."

Message n'ya maya maya na nagdulot na naman sa akin ng kaunting kaba na hindi ko maintindihan kung bakit. For the first time kasi pupunta s'ya sa bahay e ngayon lang naman kami naging close. But there's an assuming part of me that says *"Siguro paraan n'ya lang yung helmet para makita ako? HAHA"*. So ayon na nga, since malapit lang yung kinaroroonan n'ya, mga ilang minuto lang e may huminto ng motor sa harap ng bahay. Lumabas na din ako dala yung helmet na hihiramin n'ya.

"Kape ka muna."

Alok ko sa kanya na tumanggi naman s'ya dahil pauwi pa s'ya ng bayan. Ngunit ilang minuto din kaming magkausap bago s'ya tuluyang umalis. Okay naman, kalmado naman ako nung kaharap ko na s'ya. Palibhasa siguro wala sila Kuya Patrick at Kuya Mike kaya hindi ako kabado. Walang mang-aasar e. Nagpaalam na s'ya at ako naman natulog na din.

Araw ng Lingo kinabukasan at day off ko, naging abala ako sa pagbabasa at saglit na gumala din muna sa barkada. Hindi ko s'ya kachat noon dahil wala namang rason para magkachat kami. Ngunit pagsapit ng hapon nagmessage s'ya ulit.

"Saan ka Madam?"

"Dito bahay neng, bakit?"

"Makiki kape"

"Charizz"

"Haha pwede naman"

"D'yan ka sa tindahan?"

"Galing ako dun kinuha ko Helmet"

"Punta ako d'yan balik ko"

Hays taong 'to gusto lang ata akong makita ulit e, chass.

"Ba't di pa bukas? Pasok na din ako bukas"

"Bukas nalang?"

"Dito ako kita Tito. Papuntahin daw kita haha"

"Oo. Tagay kayo ulit? Sige kamo, chass haha"

"Haha akala naman talaga pupunta din"

"Oo nga haha. Kala binibiro e"

"Ano na? Kelan tayo gagala?"

"Hahaha ay weh? Saan mo ako igagala? Ngayon na agad hahaha"

Ilang minuto ang lumipas at nagtuloy-tuloy na yung conversation namin. Ewan ko ba kung bakit naisipan kong banggitin yung gala na yun. Siguro ay na carried away lang ako at naalala ko yung usapan namin dati sa chat. Kinabukasan pagpasok ko, nakita ko agad sa counter yung helmet ko. Iniwan n'ya pala talaga doon at hindi man lang ako hinintay, charr haha. At sa maghapon, wala kaming ginawa nila Ate Jing at Ate Vina kundi magtawanan. Pinagtitripan nila ako na ako naman nakikisakay lang din sa trip nila para masaya. Bandang hapon nang dumating ulit si Vin at nagbarbeque sa tabi ng tindahan. Nang alok naman s'ya pero dahil mahiyain pa 'ko, pass muna. Madami din kasing customer ng mga oras na iyon.

"Tara dito sa labas ihaw"

Message n'ya pag open ko ng messenger nang wala ng customer.

"Aay ngayon ko lang nabasa. Maraming tao kanina e"

iro ko ding reply sa kanya na nasundan na naman ng maraming message. Hanggang sa nag usap na kami tungkol sa gala na matagal na naming plano. Araw ng Huwebes ang napagdesisyunan namin dahil iyon ang araw ng day off ko. OMG for the first time haha. Sigurado ba ako dito? Pero okay naman e, wala naman akong nararamdamang hiya dahil siguro feeling ko e magkababata lang kami. Tapos parehas pa kami ng height haha.

KABANATA VI

Sumapit ang araw ng Huwebes, agad akong gumayak para sa gala namin pagkagaling ko sa kapilya.

"Papunta na 'ko Madam."

Chat mula kay Vin bandang alas-nuwebe ng umaga. Susunduin n'ya nalang kasi ako dahil isang motor nalang yung gagamitin namin. And this time, babae daw muna ako. Alam n'ya kasing may pagka boyish ako e. Mga ilang minuto ang lumipas, may huminto na ngang motor sa tapat ng bahay. Nagpaalam na 'ko kila Mama at ganun din s'ya bago kami umalis. Pinayagan naman ako ni Mama dahil kilala n'ya naman si Vin. Habang nasa motor e nag-uusap na din kaming dalawa at hindi na nagkakahiyaan. We bought some snacks muna bago kami tuluyang dumiretso sa bukal kung saan kami pupunta. Pagdating doon, napakatahimik ng paligid. Walang mga sasakyan at wala ring mga tao maliban sa dalawang lalaki na nasa maliit na kubo ng entrance gate.

"Wala mang tao, open kaya 'yan?"

Pag-aalanganin kong tanong sa kanya.

"Tara tanungin nga natin."

Aya n'ya naman sa'kin papunta sa dalawang lalaking naroon na mukha namang mababait. Pagdating doon, open naman daw pala. Sadyang wala lang talagang tao dahil ang aga pa namin pumunta. At isa pa weekdays din kasi kaya may mga pasok ang karamihan. Dumiretso na kaming pumasok sa daan na medyo makitid bago makarating sa mismong bukal. Napa wow nalang ako nang makitang napakalinaw ng tubig na tipong nakikita yung maraming isda na palangoy langoy sa ilalim. Wala rin ni isang taong naliligo kaya solo lang talaga naming dalawa. Ang swerte naman ng unang gala namin haha. At dahil wala ngang tao ni isa maliban sa'min, malaya kaming pumili kung saan kami pupwesto para tumambay. Pagdating sa napili naming cottage, agad naming ibinaba yung mga dala naming snacks. Konting picture picture, kwentuhan, at pagkatapos ay nagkayayaan nang lumublob sa napakalamig na tubig. At dahil hindi ako marunong lumangoy, s'ya lang yung nag enjoy sa paglalangoy kasama ng mga isda. Habang ako naman e tamang kain lang at yung mga paa lang ang nakalublob sa tubig. Enjoy din naman ako dahil napaliligiran ako ng mga maliliit na isda na ang sarap panoorin. I don't feel any kaba or kilig naman ewan ko ba. Basta feeling ko matagal ko nang kilala yung kasama ko. Wala ring awkwardness na nangyari for the first time naming magkasama gumala. Sila Kuya Pat at ibang pinsan n'ya lang talaga ang nakakanerbyos. Nang magsawa na s'yang lumangoy, lumapit na ulit s'ya sa kinaroroonan ko at umupo na din sa tabi ko. We took some pictures ulit kaya naging mas magkalapit pa yung distansya namin to the point na magkadikit na kami. Madaldal din s'yang kasama, madami ring kwento kaya hindi nakakabored kahit na introvert ako.

"Saan tayo sunod na pupunta?"

Tanong n'ya sa'kin habang magkatabi kaming nakaupo.

"Kila Ate Jing. Makikape tayo."

Sagot ko naman sa kanya. Yun lang kasi yung alam kong puntahan para tumambay.

"Sige message mo muna s'ya para alam n'ya."

"Minessage ko na kaso di n'ya pa naseen. May load ka ba pantext? Patext nalang ako"

Binigay n'ya sa'kin yung phone n'ya at tinext ko na si Ate Jing. Mga ilang oras ang lumipas, nagkayayaan na kaming umalis. May isang grupo na din kasi ng mga riders ang dumating at nagpicture taking kaya nakakahiya na. Pero bago kami tuluyang umalis, nagpicture ulit kami ng magkasama. Inaya ko rin muna s'yang tumawid muna sa kabila ng bukal dahil nacurious ako kung anong view doon. Parang ang ganda kasi lalo at may dadaanan pang tulay na kawayan. Pumayag naman s'ya dahil hindi naman pwedeng hindi, char. Tawang tawa lang ako sa kanya dahil medyo kabado s'yang tumawid. Mukha raw kasing marupok yung tulay tapos ang bigat n'ya pa. Pero nung pabalik, nagpicture naman kami ulit. He also took a solo picture of me kung saan inaabot n'ya yung kamay n'ya sa'kin habang kinukunan n'ya 'ko ng picture. Ako naman inabot ko din yung kamay ko kasi akala ko kung ano lang haha. Ang ganda tuloy ng result ng picture. At nang naglalakad na kami pabalik sa motor, bahagya s'yang umakbay sa'kin. Ako naman, umiral din yung pagkaboyish ko at umakbay din ako sa kanya haha. Mukha tuloy kaming tropa or mag buddy dahilan para matawa na lang din kami parehas.

While he was driving, panay ang tingin namin sa paligid at sa mga kasalubong. Baka kasi may makasalubong kaming kamag anak n'ya na mga kakilala ko rin at makita kaming magkasama. As usual, makakantiyawan kaming dalawa. Pagdating kila Ate Jing, halatang nagulat ito dahil magkasama na kami haha. Noon pa kasi nila kami tinutuksong dalawa sa tindahan. At ngayon siguro hindi n'ya akalain na nagkalapit o close na kami ni Vin. Pagbaba ng motor, diretso na 'ko sa loob ng bahay at ako na rin ang nagpatuloy kay Vin doon. Feel at home po kasi ako haha. Nagtimpla na din ako ng kape at nagkape kaming tatlo habang nagkukwentuhan.

Wala pa sigurong isang oras nang magkayayaan naman kaming maglomi sa hindi lang din kalayuan. Doon na kami umorder ng makakain namin for lunch dahil inabot na kami ng tanghali na magkasama. Nang ihahatid n'ya na 'ko pauwi, hindi na kami dumaan sa tindahan at baka matukso pa kami nila Ate. Diretso na kami sa bahay dahil wala na din naman kaming pupuntahan. Parehas na din kaming inaantok ng mga oras na 'yon. Pagdating sa bahay, nagpaalam na din agad s'yang umalis. Isang nakakapagod ngunit nakakaenjoy na araw naman para sa'kin. At syempre masaya dahil may kasama na 'kong gumala. Nang bandang pagabi na, magkachat na ulit kami. Sinend n'ya yung mga pictures namin mula sa phone n'ya at ganun din ako. Unang gala palang namin pero ang dami na naming pictures together. At syempre hindi pwedeng walang next time. Kailangan daw naming sulitin ang araw na nandito pa s'ya.

KABANATA VII

Kagaya ng inaasahan, nagkaroon pa kami ng mga sumunod na gala tuwing day off ko. Minsan pa nga kaming pumunta sa lugar na parehas naming hindi alam kung saan ang daan na buti nalang ay hindi kami naligaw. Halos walang araw na hindi kami magkasama at parang halos hindi na nga raw kami mapaghiwalay. Tuluyan na kaming naging close to the point na para na kaming mag-on. Lalo na noong naging busy si Kuya Mike sa bukid at s'ya muna ang naging kasama namin sa tindahan ng halos isang Lingo. Dahil doon, mas lalo pa kaming naging malapit sa isa't isa at tila nauwi sa tinatawag na mutual understanding. Palagi kaming magkasama at madalas na sabay maglunch.

"Mariya huwag ka munang uuwi mamaya ha? Mag dinner muna tayo nila Vin."

Pag-aaya sa'kin ni Ate Sha isang hapon na hindi ko na nagawang tumanggi kahit na kinakabahan ako. Baka kasi set-up ang mangyari haha. Pagsapit ng gabi, sama sama nga kaming nagdinner na mistulang double date. Kahit na kaharap sila Ate at Kuya ng gabing iyon ay pinaghain din ako ni Vin ng pagkain. Ako nalang ang sumasaway sa kanya dahil hindi ako sanay at nahihiya rin ako kila Ate. Hinuhuli tuloy kami nila Ate at Kuya Mike kung may relasyon kami ngunit dahil wala namang aaminin, wala kaming inamin sa kanila. Wala din naman kasing malinaw na namamagitan sa'min ni Vin. Basta ang alam ko lang, bestfriends kaming dalawa. And we have the same future plans and goals in the future. At ang mahalaga sa'min ay yung present na magkasama at masaya kami. Pagkatapos mag-dinner, inihatid na 'ko ni Vin pauwi gaya ng palagi n'yang ginagawa. At pagdating sa'min, nagulat ako sa ginawa n'yang paghalik sa buhok ko dahilan para mawala yung antok na kanina ko pa nararamdaman. Kinabukasan, maaga pa din akong pumasok dahil may lakad noon sila Ate. At kagaya ng laging gawi, magkakasama ulit kami buong maghapon.

"Madam?"

Malambing na tawag ni Vin sa'kin bandang hapon dala ang dalawang tasa ng kape. Nagbabasa lang ako noon ng aklat at medyo inaantok na.

"Thank you" nakangiti kong tugon sa kanya sabay kuha nito. Talagang ang sweet para sa'kin kapag pinagtitimpla ako ng kape. Masasanay ako nito eh, sa isip isip ko. Umupo na s'ya kaharap ko at sabay kaming nagkape habang patuloy pa rin ako sa pagbabasa. Ganoon ang palagi naming gawi. Kung minsan naman ay doon na din s'ya umiidlip kapag tanghali. Medyo nag-aalala nga ako noon na baka masanay ako sa presence n'ya at mamiss ko s'ya pag-alis. Dahil doon, syempre niready ko na din yung sarili ko. Tuwing uwian naman, hindi maaaring hindi n'ya 'ko ihahatid pauwi. Talagang palagi ko s'yang kasunod hanggang sa bahay. Kahit na ang dahilan n'ya minsan ay susunod lang s'ya kay Kuya Mike sa bukid. Talagang mamimiss ko yung mga moment na 'yon pag umalis na s'ya. At hindi lang natatapos doon ang maghapon namin dahil pagsapit ng gabi ay magkachat pa rin kami. At iyon yung mga pagkakataon na napag-uusapan namin yung parehas naming mga future plans.

Ngunit dumating sa punto na madalas na 'kong tanungin ng mga kasama ko sa trabaho kung ano nga ba talaga ang namamagitan sa'min. At palagi ko rin namang sinasagot na friendship lang naman talaga. Dahil ang totoo, wala din naman akong nararamdaman noon para kay Vin kundi boy bestfriend lang. Alam ko kasing hindi naman kami pwede dahil sa maraming dahilan at mukhang imposible naman talagang mangyari. Kagaya nalang ng naging code name namin na Luna at Sol na ang ibig sabihin ay buwan at araw.

"Baka para sa'yo friends lang, sa'yo wala lang, tapos nag eexpect pala yung tao."

Wika sa'kin minsan ng mga kasama ko dahilan para pag-isipan ko ito ng husto. Hanggang isang gabi na magkachat kami ni Vin, lakas loob ko s'yang tinanong kung seryoso ba s'ya sa mga plano namin together out of curiosity na din. Dahil sa mga panahong iyon, tingin ko kasi ay joke lang lahat sapagkat madalas naman e nagbibiruan lang talaga kami. Ngunit hindi ko inaasahan yung naging sagot n'ya ng gabing iyon, seryoso raw s'ya sa pinag-uusapan namin at walang halong biro. Dahil doon, nagdesisyon na din ako na gawing seryoso yung mga plano namin. Sa madaling salita, I already look at Him more than friends. I already imagined those plans and dreams of us for real na akala ko dati ay joke lang lahat. At mula noon, nahulog na rin yung loob ko sa kanya. Ngunit syempre, may kanya kanya muna kaming priorities. Kaya't hihintayin nalang namin yung panahon na pwede na at okay na ang lahat gaya ng madalas naming pag-usapan. Mula din noon, hindi na 'ko nag entertain pa ng iba.

"So kailan ka ulit makakabalik n'yan tingin mo?"

Tanong ko sa kanya isang gabi na nakatambay kami sa plasa habang nakasandal ako sa kanya. Kinabukasan kasi noon ay uuwi na s'ya.

"Hindi ko alam Madam e, hindi ko masabi."

"Hindi rin tayo sigurado sa takbo ng panahon"

Tugon n'ya na medyo napa-isip ako na parang malabo na pala kaming magkita ulit. Sandaling nagkaroon ng katahimikan sa pagitan namin. Sapagkat tila ibang tao na yung kausap ko sa pagkakataong iyon kumpara sa chat. Sa message kasi e palagi s'yang sigurado kapag tinatanong ko. Ngunit hinayaan ko nalang iyon dahil ayaw kong masira yung mood ko ng gabing iyon.

"Bahala na no? Kung anong mangyari ulit sa Chapter 3"

Natatawang wika ko nalang ulit sa kanya. Dahil madalas din naming mapag-usapan yung kwento namin. Kung paano kasi kami unang nagkakilala ang s'yang Chapter 1. At ang pagbabalik n'ya naman ngayon na sobrang close na kami ang siyang Chapter 2.

Sumapit ang kinabukasan at tuluyan na nga s'yang umalis. Ngunit nagpatuloy pa rin ang komunikasyon namin. Updated pa rin kami sa buhay ng isa't isa araw araw. Ngunit ilang lingo lang ang lumipas, pansin ko na ang unti unting paglamig ng conversation namin. Hindi na kami ganoon kadalas mag-usap at interesado sa isa't isa. At bilang babae na malakas ang pakiramdam, ramdam ko nang may mali noon. Ramdam ko na ang unti-unting pagtatapos ng aming Chapter 2 na madalas naming pag-usapan. Dahil doon, gumawa ako ng liham ng pamamaalam para sa kanya at itinabi lamang ito sa aking talaarawan. Ngunit sa kabila nito ay patuloy pa din ako sa pagre-reply na parang wala lang. Inaantay ko nalang yung time na mangyari yung sinasabi ng instinct ko. Dahil hindi ko din gusto na ako mismo ang magdesisyon na magpaalam at tapusin na ang kung anong ugnayan na mayroon kami.

KABANATA VIII

Araw ng sabado, hindi ko alam kung bakit madaling araw pa lamang e nagising na ako. Pagmulat ng mga mata ay agad kong hinanap yung phone ko sa higaan at binuksan ito.

"Hello I wanna tell you something, I'm actually entertaining someone right now. I've known her for a long time, since we were in high school. I won't be able to reply to your messages. I hope you understand."

"Di pa kami ha masyado na din kasi kaming close ayoko lang ipag sabay ang pag entertain sa inyo. Mahirap na baka masaktan pa kita. Napakaganda ng future mo ayoko lang din makaapekto."

"Sorry"

Magkakasunod na message na natanggap ko mula kay Vin. Nang masulyapan iyon, hindi ko alam kung bakit tila nakaramdam pa 'ko ng tuwa sa pagpapaalam n'ya. Ngunit mga ilang segundo ang lumipas, pansin ko ang bahagyang panginginig ng mga kamay ko habang hawak ang cellphone. Ang tuwang kanina'y nararamdaman ay unti-unting napalitan ng galit at lungkot sa isiping bigla nalang s'yang mang iiwan ngayon sa ere. Ipinikit ko na lamang muna ang mga mata at pinakalma ang sarili ng mga oras na iyon. Ito na nga ba yung sinasabi ko e, hindi na naman ako nagkamali ng pakiramdam. Ngunit ayos lang, sapagkat napaghandaan ko naman na yung araw na 'to. Ako nga pala yung naunang nagpaalam sa sulat. At sa huling pagkakataon, I still make it to pretend na ayos lang ang lahat at nagawa ko pa ring magbiro sa kanya.

"Ay wow taray mag english haha. Good Morning! Okay lang, ramdam ko na 'to noon pa expected ko na din. Inaantay lang kita umamin. Don't worry no hard feelings bebe. I'm so happy for you instead. And I salute you for being honest. Goodluck!"

Simula noon tuluyan na ngang naputol ang komunikasyon namin ni Vin. Ngunit minsan, nakikita ko pa rin na nagrereact s'ya sa mga story ko. Gusto ko man s'yang kumustahin minsan, ngunit nananaig pa din ang isiping hindi na maaari. Sapagkat ayaw ko na ring makaabala at makagulo sa kung anong relationship status ang mayroon s'ya ngayon. Bumalik nalang ulit ako sa dati kong hilig na pagbabasa at naging abala na din sa pagsusulat ng aklat na pangarap kong gawin noon pa. Nakaramdam man ako ng lungkot sa tuluyang pagtatapos ng aming kwento, mabilis ko rin naman itong natanggap ng buong puso. Inalis ko na rin ang noon ay nararamdamang sama ng loob dahil kahit papaano, naging maganda rin naman yung pinagsamahan namin sa maikling panahon. At noon palang ay batid ko nang imposible talaga at wala iyong patutunguhan. Sapagkat tulad nga ng buwan at araw, alam kong maaari kaming magtagpo ngunit hindi maaaring magkasama kailanman.

—-wakas—-

About the Author

Ma. Mica Jose

Ma. Mica Jose is a published author of Self Love: The Way to A Happy Life and Hanggang Sa Muli Ginoo. Reading different books, growing plants, motorcycle driving, and adventure are the things she loves to do. She is passionate about writing her own life stories to make it her legacy and inspiration to others. You can find her on Facebook and Instagram.

www.ingramcontent.com/pod-product-compliance
Lightning Source LLC
LaVergne TN
LVHW041226080526
838199LV00083B/3418